குடைமரங்கள்

ராஜேஸ்வரி அய்யப்பன்

ஏலே பதிப்பகம்

நன்றி

என் தந்தைக்கும் தாய்க்கும் தம்பிக்கும்

இலயோலா கல்லூரி- முனைவர் பேராசிரியர்
திரு.இரா.காளீஸ்வரன் அவர்கள்

தோழர் திரு.இளஞ்சேரன் அவர்கள்

அணிந்துரை வழங்கிய-

திரு. ஏகாதசி திரைப்பட பாடலாசிரியர் &
இயக்குநர் அவர்கள்

கலைஞர் தொலைக்காட்சி- திரு.கஜபதி
அவர்கள்

தோழமைகளுக்கும்

ராஜேஸ்வரி அய்யப்பன்

சமர்ப்பணம்

உந்தன் நுனிவிரல் பிடித்தே

உலகம் பார்த்தேன்

எந்தன் நுனிவிரல் படைத்த

உலகத்தை சமர்ப்பிக்கிறேன்

உன் பாதங்களில்

என் அப்பாவுக்காக

அணிந்துரை

கனவுகள் சுமப்பவள்

மரங்களின் காய்ந்த குச்சிகளைப் பொறுக்குகிற பறவைகளுக்கும் குறு தானியத்தை எடுத்துச் செல்லும் எறும்புகளுக்கும் மற்றும் அவிழ்த்துவிட்டவுடன் காட்டை நோக்கி நகர்கிற ஆடு மாடு போன்ற விலங்கினங்களுக்கும் இருக்கின்ற வாழ்வின் சுய பயன்பாட்டில் ஒரு துளியும் பேனா பிடித்து கவிதை எழுதுகிறவர்களுக்கு இருந்திடப் போவதில்லை. ஆனால், இந்த தற்கொலை முயற்சியை தாராள புன்னகையுடன் செய்துவரும் எண்ணற்ற கவிஞர் பெருமக்களில் 'குடை மரங்கள்' கொண்டுவந்திருக்கும் கவிதாயினி ராஜேஸ்வரியும் ஒருவர். பலர் வாழ சிலர் பாடவேண்டியிருக்கிறது தான். நான் மேலே கவிதை எழுதுவதை தற்கொலை முயற்சி என்று சொன்னேனே அது இருட்டு தேசத்தில் மெழுவர்த்திகளின் செயல்பாடுதான் வேறொன்றுமில்லை. காற்றைப்போல் லாபமற்ற ஒரு வாழ்வை கவிஞர்கள் கொண்டாடவே செய்கின்றார்கள். அதிலும் பெண்களின் பொதுவெளி சவால்களால் அடர்ந்தது. 'ஒரு கை பார்த்திடுவோம்' என்று களமாட வந்திருக்கும் தங்கைக்கு தெளிந்த பார்வை இருக்கிறது.

" சிட்டுக்குருவிகள்

காணாமல் போனதைப் பற்றி

பேசிக்கொண்டிருக்கிறோம்

செல்∴போன்களில்"

என்கிற கவிதை நம் மனதில் ஆயிரம் கேள்விகளை உள்ளடக்கி தூறலைப் போல் தொட்டுப்பார்க்கிறது. மனிதன் எதையும் உணராமல் இல்லை ஆனால் நடைமுறைப்படுத்தலில் உள்ள சிக்கலை இந்த சின்னக்கவிதை சித்தரித்து விடுகிறது.

"நூலை மறந்து

பட்டங்கள் நினைத்தனவாம்

தங்களை

பறவைகளென்று"

என்ற சொற்களுக்குள் கிடக்கின்ற விடுதலை தாகம் இந்தியப் பெருங்கடல் குடித்தும் தீராதது.

'குடை மரங்கள்' தொகுப்பு என்பது நமது சமுகத்தின் எழுத்துப் பிரதியாக எழுந்து நிற்கிறது. இதில் ராஜேஸ்வரி ஒரு கண்ணாடியாய் நின்று, சமுகத்தின் கண்ணீரையும் பூக்களையும் காட்டியிருக்கிறார். தான் வாழும் சமுகத்தை தனது படைப்பிலக்கியத்தில் கொண்டுவராதவர் தாய் தகப்பனை மறந்தவராவர். இத்தொகுப்பு மானுட வாழ்விற்கு விசுவாசமாக இருக்கிறது. எளிய சொற்களின் மூலம் எதையும் சாத்தியப்படுத்தும் சாமர்த்தியம் அறிந்தவராக கவிதாயினி இருக்கிறார்.

"உன்
பெயரைச் சொல்லி
அழைத்தால்
உடனே திரும்புகிறேன்
என்
பெயரை மறந்து"

என காதல் கவிதைகளிலும் மிளிரும் இவர்
எதிர்காலத்தில் விரல்விட்டுச் சொல்லும் படைப்பாளி
வரிசையில் வந்துவிடுவார் என்பதற்கு இத்தொகுப்பு
ஒரு சாட்சி.

நிறைய கனவுகளை சுமந்துகொண்டு வரும் இந்த இளம்
கவிஞரை இந்த ஆண்சமூகம் சோர்வடையச் செய்து
விடாமலும் சிறைப்படுத்தி விட கூண்டுகள்
செய்யாமலும் விலகி நின்று வேடிக்கை பார்த்தல் நன்று
என நினைக்கிறேன். இந்த நெருப்பின் வெளிச்சத்தில்
நீதி பிறக்கட்டும். வாழ்த்துக்கள் ராஜேஸ்வரி!

நன்றி!

தோழமை அன்புடன்,

ஏகாதசி
திரைப்பட பாடலாசிரியர் & இயக்குநர்
சென்னை- 93

என்னுரை

அனைவருக்கும் வணக்கம்

பள்ளிப்பருவத்தில் பேச்சுப்போட்டிக்காக தாயார் செய்த உரைகளில் கவிதைகள் அங்கங்கு வந்து தங்கிச்சென்றது. ஆனால் நிரந்தரமாக கவிதை என்னுள் அடியெடுத்து வைத்தது, நான் கல்லூரியில் பயிலும்போது. அதுவரை கண்களால் பார்த்த அனைத்தையும் கவிதைகளாலே பார்க்கமுடிந்தது, என்னுள் தத்தி தத்தி வளர்ந்த கவிதைகளால்.

முதல் முதலில் எனது கவிதைகள் என் தந்தை திரு.கு.அய்யப்பன்அவர்கள் தாய் திருமதி.அ.கமலாதேவி அவர்களின் முன்னில் அரங்கேறியது, அப்போது, அவர்கள்விட்ட ஆன்ந்தக் கண்ணீரிலேயே, அது வேர்விட்டது.

கல்லூரி புத்தகங்களை நேசிப்பதைவிடவும், கவிதைப் புத்தகங்களையே அதிகம் நேசித்தேன். கவிதைகள் என்னைக் கரை சேர்த்துவிடும் என்ற நம்பிக்கையில். என் பெற்றோர்கள், தந்த ஆதரவலேயே என்னுள் என்னைவிட அதிகமாக கவிதை வளர்ந்தது.

கவிதைகளே, என்னைப் பேச்சாளனாகவும்,பட்டிமன்ற பேச்சாளனாகவும் அடையாளம் காட்டின. கவிதைகள் மீது கொண்ட ஆர்வத்தினால், இலக்கியப் பேரவைகளைத் தேடிச்சென்று கவியரங்களில் கவிதைகளை அரங்கேற்றம் செய்வதில் ஆர்வம் கொண்டிருந்தேன். இலக்கியப் பேரவை

கவிஞர்கள் அளித்த ஊக்கமே, இன்று என்னை
கவியுலகில் கால்பதிக்க தூண்டியது.

கவிதைகள் கற்பனைகள் மட்டுமல்ல,
அவைகளால் எதனையும் எளிதில் எதிர்த்து கேள்வி
கேட்டுவிடமுடியும். அதனால்தான் இன்னும் உலகம்
தடம் பிரளாமல் இருக்கிறது.   இந்த தொகுப்பில்
வரும் கவிதைகள், உங்கள் மனதில் ஒரு
தாக்கத்தைஏற்படுத்தும் என எதிர்ப்பார்கிறேன்.
உங்களுக்கு பிடித்த தொகுப்புடன் மீண்டும் வருவேன்
என்ற நம்பிக்கையுடன்,

அன்புடன்

ராஜேஸ்வரி அய்யப்பன்
9629886366

கால்நடை

வழியில்லாமல்
நடப்பதை
நிறுத்திக்கொண்டன
நதிகள்......

எங்கே மனிதம்

மனிதத்திற்கான
தேடலில்
பலமுறை
தோற்றுப்போகிறோம்
கண்டுபிடிக்க
தேவைப்படுகிறது
வெள்ளமும்
சுனாமியும்

வசூலாகும் விவசாயி

மீதி சில்லறைக்கு
மிட்டாய்தரும்
கடைக்காரனைப்போல்
மீதி வாழ்வையும்
வசூலிக்கப்பார்க்கும்
உலகம்...

காணவில்லை

சிட்டுக்குருவிகள்
காணாமல்
போனதைப்பற்றி
பேசிக்கொண்டிருக்கிறோம்
செல்போன்களில்....

நீ நிலா

தெருவிளக்குகள்
அனைத்தும்
அணைந்துவிட்டன
தெருவில்
நீ
வந்தபின்னே
அதற்கென்ன வேலை?

ராஜேஸ்வரி அய்யப்பன்

சுதந்திரததிற்குள் பெண்

சுதந்திரத்திற்குள்
பெண்ணை
தேடியபோது
கிடைத்தது
சுதந்திரமாக திட்டமிடும்
சமயலறை....!

நிரபராதி

எத்தனையோ
கொலைகள்
செய்தும்
தண்டனையிலிருந்து
தப்பித்துவிடுகிறது
உன்
கண்கள்
மட்டும்....!

முடியும் பயணம்

இளமை
முடியும்போது
கிடைக்கிறது
இறங்கும்
நேரத்தில்
கிடைக்கும்
ஜன்னலோர
இருக்கைப்போல
வாழ்வு...

சமூகத்தின் பார்வை

சமூகம்
பெண்ணை
கண்களால் பார்க்காமல்
கண்ணாடியால்
பார்க்கிறது
வலமிருந்து எழுதப்பட்ட
சொற்கள்
என்பதை மறந்து...

ஒய்வு

இரவின்
நிழலிலேயே
இளைபாருகின்றன
பகலில்
நிழல்
தந்த
மரங்கள்.

ராஜேஸ்வரி அய்யப்பன்

பிரிவில்

உன்னை
சந்தித்த
நேரங்களை
மீண்டும்
தேடுகிறேன்
நீ
கிடைப்பாயென்று.....!

மக்களை மறந்து…

நூலை
மறந்து
பட்டங்கள்
நினைத்ததாம்
தன்னையும்
பறவையன்று….

கல்வி

சரஸ்வதியின் வீணை
சாத்தான்களில்
கைகளில்
சங்கொலியாய் ஒலிக்கும்
சங்கீத வீணை....

அருவி

வீழ்ந்தாலும்
எழக்கற்றுக்கொண்ட
விதவைப் பெண்..

பெண் என்பவளுக்கு

சிறகுகள்
இருப்பது
மறந்து
சிம்மாசனம்

மனப்பாடம்

மனப்பாடம்
செய்யாமலேயே
மனதில்
பதிந்துபோனது
உன்
ஒற்றைப் பார்வை....

காதல் சுவாசம்

சுவாசித்தலை
விட
முக்கியம்
உன்னை
நினைப்பது

உனக்காகவே

உதிர்ந்தது
ரோஜா
இதழ்
உன்
பாதத்தில்
முத்தமிட..!..!..!

தாயம்

சமுதாயக்
கட்டையில்தான்
எத்தனை ஓட்டைகள்
உருட்டுபவர்களே
உருண்டு விழுகின்றனர்
இலக்கங்களுக்கு பதிலாக...

ராஜேஸ்வரி அய்யப்பன்

நிலாச்சோறு

நிலவைக்காட்டி
சோறூட்டியதெல்லாம்
நினைவுக்கு
வருகிறது
இங்கு
தட்டேந்தும்போது
முதியோர்
இல்லத்தில்
தாய்....

தொலையும் நான்

என்னிலிருந்து
என்னைக்
கண்டுபிடித்து
உன்னிடம்
தொலைத்தது
காதல்....

நிரம்பி வழியும் நீ

உன்
நினைவுகள்
என்னை
நிரப்ப
காணாமல்
போனேன்
நான்

வரிசைக்கட்டி அடிக்கும்

எறும்பின்
பிடியில்
மாட்டிக்கொண்ட
இரைப்போலாகிறது
எளியவரின்
வாழ்க்கை....

காதல் கைதி

காதல்
சிறையில்
மட்டும் தான்
விரும்புகிறோம்
காலம்
நீட்டிக்க.....

மேக்கப்

ஒப்பனைச்
செய்யும்
நிலவு
குட்டைக்கண்ணாடி...

காதல் சத்தம்

என்
அமைதியைக்
கிழித்து
ஆடைத்தைத்தது
காதல் சத்தம்..

சொல்ல முயல்கையில்

மரணத்தின்
விழும்புக்கு
கூட்டிச்செல்கிறது
சொல்ல
முயலும்
காதல்

மணற்குஞ்சு

ஆறுகளை
விட்டுவிடுங்கள்
கூழாங்கற்களாவது
குஞ்சு பொறிக்கட்டும்..!

நினைவை விட நீயே

உன்னை
நினைப்பதையும்
தள்ளி
வைக்கிறேன்
உனக்கு
புரையேறுமென்று.....

மறந்தாயே

என்னால்
மறக்க முடியவில்லை
நீ
மறந்துபோனதை....!

குற்றச்சாட்டு இல்லை

காதலில்
மட்டும்தான்
தெரிந்தே
தொலைக்கின்றோம்
இதயத்தை....

சுற்றுகிறதோ?

மனிதனின்
பாவங்களை
கணக்கிடுகையில்
தலைச்சுற்றுகிறது
பூமிக்கும்....!

திருமதி

பெண்
பறிபோகிறாள்
திருமணத்தில்
திரு இருக்கிறது
மதி இல்லை...

போட்டி

மின்வெட்டுகள்
தோற்றுப்போகின்றன
உந்தன்
கண்வெட்டுகளை
ஒப்பிடுகையில்...!

தேடல்

என்னுள்
எனக்கான
தேடலில்
கிடைத்ததெல்லாம்
நீதான்!

நினைக்க தெரிந்த மனம்

தனிமை
மிகவும்
பிடிக்கிறது
நினைவுகளாய்
நீ...

இரவு

இரவின்
விழிகள்
மூடியே
இருக்கட்டும்
நிலவின்
ஒளி
நிராகரிக்கப்
படாமலிருக்க....

தொலைந்துதான் போகிறது

திருவிழாவைப்
போலத்தான்
நீ
குழந்தையாய்
தொலைகிறது
மனது...

இல்லறம் எனும் கடல்

நதியாகத்தான்
இருந்தது
கடலில்
சேரும்வரை
அவளும்
பெண்ணாகத்தான்
இருந்தாள்
மறைந்துபோன
அடையாளம்
இல்லறக்கடலில்....

தேர்தல்

விரலுக்கு
கருமை
விடியலுக்கு
என்பதியாமல்
வாழ்வுக்கும் கருமை
பூசிக்கொள்ள
விலைபெறாதே.....

உயரத்தில்

உயரம்
உனதானதும்
உதை
வாங்கும்
ஏணி......

காலச்சூடு

ஈரம்
தொலைத்த
வெயில் வெளியில்
ஆறுதல்
குடைமரங்கள்

காதல் மாறதி

உன்
பெயரை
யார் அழைத்தாலும்
உடனே
திரும்புகிறாள்
காதல்
ஒன்றில்
மனதைத்தொலைத்தவள்

வரதட்சணை

பிச்சைக்கார்ரகள்
அம்மா தாயே!
ஏதாச்சும் குடுங்க
என்பதை மறந்து
எவ்வளவு குடுப்பீங்க
என்று கேட்கிறார்கள்
வரதட்சணை ...

ஒவ்வொரு முறையும்

இறப்பு
ஒரு முறைதான் என்கிறார்கள்
நான் மட்டும்
உன்னிடம்
காதல் சொல்லமுயலும்
ஒவ்வொரு முறையும்
சாகிறேன்

தீர்க்கப்படா வழக்குகள்

கம்பிகளின்
வழியே
உலகைப் பார்க்கிறோம்
கதவுகள்
இருந்தும்....

மெழுகுதிரி

ஏழ்மையின்
முதல்
மதிப்பெண்ணில்
வாழ்கிறது
உயிர் உருகிய
மெழுகுதிரி....

ஊசி மழை

ஊசி முள்ளாய்
தைத்தாலும்
மணம் வீசுகிறது
காதல் மழை.....

விட்டுவைப்பதில்லை

வாய்ப்புக்களை
சரியாக
பயன்படுத்திக்கொள்ளும்
காலம்
உன்னை
நினைவுப்படுத்துவதில்
மட்டும்....

வெள்ளை அருவி

எவ்வளவு அழத்தில்
வீழ்ந்தாலும்
காயம்
ஏதுமில்லை
இந்த அருவிக்கு...!

ராஜேஸ்வரி அய்யப்பன்